இவளின் கதை யாதெனின்

ஆருண்யா கே எஸ்

ISBN 979-888521940-2

எதிர்பார்ப்புகளே இல்லாமல் இணைந்திருக்கும் என் நட்புகளுக்கு இந்த புத்தகத்தை சமர்ப்பிக்கிறேன்

பொருளடக்கம்

முகவுரை

வணக்கம் நண்பர்களே,

'இவளின் கதை யாதெனின்' எனும் கதையின் மூலம் உங்களை சந்திப்பதில் பெருமகிழ்ச்சி அடைகிறேன். படிப்-பிற்க்காக எங்கும் அவள். அவளை சில விதிமுறையுடன் படிக்க வைக்கும் பெற்றோர். பெற்றவர்களின் விதிமுறை-களை அவள் மீறிவிட்டாள்...? அதற்கு காரணம் அவள் தோழி என தெறிந்தாள்.....? பிறகு அவளது கல்வி...? இவையனைத்தையும் தெளிவாக விவரிக்கிறது இந்த புத்த-கம். கிராமப்புறத்தை கதைக்களமாய் கொண்டு கதை நகர்-கிறது. உங்களை சந்திக்க வெண்மதி காத்திருக்கிறாள் அதனால் நான் உங்களிடமிருந்து விடைபெறுகிறேன்.

1

⊶⊷

"அதுக்குள்ள மணி ஏழு ஆகிடுச்சா..... காப்பி தண்ணி வைக்கலைனா இந்த மனுஷன் வேற திட்டுவாறே...." என அவசர அவசரமாக கஞ்சி வடித்த சோற்றை மீண்டும் அடுப்பில் வைத்து, மற்றொரு அடுப்பில் பாலை ஊற்றி வைத்துவிட்டு டீத்தூளை தேடிக்கொண்டிருந்தாள் செல்வி. அதனுள் வாசலில் கணவரின் புல்லட் வண்டி சத்தம் கேக்க படபடப்புடன் டீத்தூளையும் சர்க்கரையையும், பாலில் கொட்டியவள், ஒரு பித்தளை சொம்பு நிறைய தண்ணீரை எடுத்துச் சென்று வண்டியை விட்டு இறங்கிய கணவரிடம் கொடுத்தாள் செல்வி.

அவளது முகத்தைப் பார்க்காமல் சொம்பை வாங்கி அதனுள் இருக்கும் தண்ணீர் முழுவதையும் 'மொடக் மொடக்' என்று குடித்தவர் "ஸப்பா.... எவ்ளோ வேலை" என வயலுக்கு தண்ணீர் கட்டிய களைப்பில் அருகில் இருந்த மரத்தடியில் அமர்ந்தவர், "எங்க டூ டீ தண்ணி" என அதிகாரக் குரலில் அவளைப் பார்த்து கேட்க, அப்போதுதான் அடுப்பு எரிந்து கொண்டிருந்தது நினைவு வந்தது அவளுக்கு.

"இப்போ தான் பால காய வெச்சிப்புட்டு வந்தன்" என பயந்த குரலில் கூறியவள், வேகவேகமாக அந்த மச்சுவீட்டு படியில் காலடி வைத்தவளை தடுத்து நிறுத்தியது அந்த சப்தம். திரும்பிப் பார்க்காமலே, என்ன நிகழ்ந்தது என்று தெரிந்துவிட்டது அவளுக்கு. அவள் கணவன் தான் பித்தளை சொம்பை சுவற்றில் அடித்துள்ளார். இருந்தாலும் இப்போது நின்றாள் பாலும் பொங்கிவிடும், சோறும் தீய்ந்துவிடும் என்ற எண்ணத்தில், வேக வேகமாக அடுப்படியில் நுழைந்தவள் கண்டது பாத்திரத்தை தாண்டி பொங்க காத்துக்கொண்டிருக்கும் பாலை தான்.

வேக வேகமாக ஓடி இரண்டு அடுப்புகளையும் அணைத்தவள், பாத்திரத்தில் இருந்த டீயை ஒரு பித்தளை டம்ளரில் வடிகட்டி கொண்டு-

• 1 •

வந்து கணவரிடம் கொடுக்க, அவரும் அவளை ஒரு முறை முறைத்-தவர், "எத்தன வாட்டி சொன்னாலும் உனக்கு புரியாதா...? நேரத்துக்கு எல்லா வேலையும் செஞ்சு பழகு" என்றவர் கடந்த மாதம் வாங்கி வந்த செய்தித்தாளில் இருந்த உலக செய்திகளை வாசிக்க ஆரம்பித்துவிட்-டார்.

மகள் இன்னும் எழுந்திருக்கவில்லை என்பதை உணர்ந்த செல்வி, கணவன் சுவற்றில் அடித்ததால் ஒடுங்கிப்போயிருந்த சொம்பை எடுத்-துக்கொண்டு நேரடியாக மகளின் அறைக்குள் நுழைந்தவள், "கண்ணு, மணி ஆச்சுமா எழுந்திருடா" என மகளிடம் கெஞ்ச, அவளோ போர்-வையை திரும்ப சுற்றிக்கொண்டே, "அம்மா விடிய, விடிய படிச்சுட்டு இப்போதான் தூங்குறேன். ஏன்மா இப்படி டார்ச்சர் பண்ணற" என்றாள் தூக்க கலக்கத்தில்.

"வெண்பா.... வெரசா எழுந்திருச்சு கெளம்பு மா, இல்லன்னா எட்-டரை மணி வண்டிய புடிக்க முடியாது" என்க ஏற்கனவே இரண்டு முறை பேருந்தை தவறவிட்ட அனுபவத்தால், தானாக எழுந்து அமர்ந்தவள், இரண்டு கைகளையும் மேலே உயர்த்தி சோம்பல் முறித்தாள். பரீட்-சைக்கு விடியவிடிய படித்ததால் உறக்க கலக்கத்தில் தள்ளாடிக் கொண்டு முற்றத்தில் வந்து அமர்ந்தாள். செல்வியோ மகளுக்கு பல் துலக்கும் தூரிகையை கொடுத்துவிட்டு, பருப்பு சாம்பார் வைக்க கேரட் பீன்ஸ் மற்-றும் முள்ளங்கி என காய்கறிகளை நறுக்க தொடங்கினாள்.

அதற்குள் வெளியில் இருந்து அவள் கணவர் ராமசாமி குரல் கொடுத்தார் "செல்வி இன்னொரு டி தண்ணி கொண்டு வா டி, நம்ம மச்சான் வந்திருக்காரு" என அழைப்பு குரல் கொடுக்க, இவளோ வெட்டிய காய்கறிகளை ஒருபுறம் வைத்துவிட்டு மற்றொரு டியை தயா-ரிக்க ஆரம்பித்தாள். இல்லையெனில் யார் திட்டு வாங்குவது. காப்பியை ஒரு டம்ளரில் ஊற்றியவள் அதை கையில் எடுத்துக்கொண்டு வெளியே வர, அங்கே அமர்ந்திருந்தார் முத்து.

இதழ்கள் இரண்டையும் விரித்து பல்வரிசை தெரிய சிரிக்க அவளுக்-கும் ஆசைதான். ஆனால் அதுதான், முடியாமல் போயிற்று. அவளும் கலகலவென சிரிக்கத்தான் முயற்சிக்கிறாள். ஆனால் ஏனோ அவளால் முடியவில்லை. முயற்சிக்கவில்லையா அல்லது முடியவில்லையா என்-பது அவளுக்கே வெளிச்சம்.

வந்தவரிடம் டம்ளரை நீட்ட, அவரும், அவளை ஒரு பார்வை பார்த்தவர் மருந்திற்கும் புன்னகைக்காமல் டம்ளரை வாங்கி காப்பியை குடிக்கத் தொடங்கியவர் வந்த வேலையை துவங்கினார். "ஏன் மாப்-பிள்ளை வெண்பா இப்போ எத்தனாவது படிக்குது" என ஏதெச்சையாக கேட்பது போல் பலமுறை மனதினுள் ஒத்திகை பார்த்துவிட்டு கேட்டார்.

"இப்போ பன்னண்டாவது மச்சான், அரையாண்டு பரீட்சை போயிட்-டிருக்காம் விடிய விடிய படிக்கிறா" என மகளின் பெருமையை அங்கு சம்மந்தமே இல்லாமல் அடுக்கினார் ராமசாமி.

"ஹ்ம்ம், பொம்பளை பிள்ளைங்க படிச்சு என்ன மாப்பிள்ளை பன்ன போவுதுங்க, அது மட்டுமில்லாம இப்ப இருக்க புள்ளைங்களை எல்லாம். நம்பவே முடியறதில்லை, பேசாம கல்யாணம் பன்னி வெச்சிட்டா ஒரு பிரச்சனையும் இல்ல, நம்ம பையன் கூட இப்போ படிச்சுட்டு நம்ம மெக்-கானிக் ஷெட்லதான் வேலை பாத்துட்டு இருக்கான். ஆனா ஜோஷியம் பாத்ததுல, பத்தாம் வகுப்பு படிச்சிருந்தாலும், கல்யாணம் ஆன உடனே கவர்மெண்ட் உத்தியோகம் கிடைக்கும்னு சொல்றாங்க" என காபியையே கண்ணாக பார்த்துக்கொண்டே இதைக் கூறினார்.

அதைக் கேட்டவுடன் அருகிலிருந்த செல்வியா, "அண்ணா, அவளும் சின்ன புள்ள அதுக்குள்ள இந்த பேச்செல்லாம் எதுக்கு. புள்ள காதுல விழுந்தா சங்கடப்படும்" என கூற முத்துவிற்கு முன்னாள் ராம-சாமி, "ஏட்டி போய் உள்ள கொழும்பு பேக்குற வேலைய பாருடி" என அதட்டி விட்டு, "அடுத்து எம்புள்ளைக்கு காலேஜி போலணுமாம் மச்-சான். இங்க நம்ம கிராமத்துல லைப்ரரி இருக்குல்ல அங்க வேல பாக்குற படிப்பு படிக்க போறாளாம், கண்ணாலம் எல்லாம் புள்ளைக்கு சரிபட்டு வராது, அவ இஷ்டப்பட்ட வரைக்கும் படிக்கட்டும்" என மீசையை முறுக்கி கொண்டு பெருமையாக சொன்னார் ராமசாமி.

"ம்ம் சரி மாப்பிள்ள அப்படியே கல்யாணம் பன்ற மாறி இருந்தாலும் சொல்லுங்க, நம்ம பையன் சாதகக்க அனுப்சி வைக்கிறன், அப்புறம்.. சொல்லுறன்னு, தப்பா நினைச்சுக்காதிங்க. நீங்க வேற நம்ம மாவட்ட சாதி தலைவர் தேர்தல்ல நிக்க போறிங்க, அதே சமயம் வயசு புள்ள கொஞ்சம் பத்துரமா பாத்துக்கோங்க" என கூறியவர் அவ்விடத்தை, விட்டு எழ "என் புள்ளய பத்தி எனக்கு தெரியும் மச்சான், அதே சமயம் அவ பத்து ஆம்பிள பசங்க வந்தாலும், ஒத்தையில் கம்பு சுத்துறவ" என மீண்டும் மீசையை முறுக்கியவர், அவரை வழியனுப்பிவிட்டு வீட்டினுள்

மகளை காணும் ஆர்வத்தில் உள்நுழைநதார்.

அவரது மகளோ அப்போதுதான் தாய் ஊட்டும் உணவை வாயில் வாங்கி கொண்டிருந்தாள், கையிலிருந்த புத்தகத்தை பார்த்தவாறே. மகள் படித்துக்கொண்டே உண்ணும் அழகை ரசித்தவர், அவளின் தலையை வாஞ்சையுடன் நீவினார், "அப்பா தலை கலைஞ்சிடும்" என சிணுங்கி-யவள், இரவு பார்த்து வைத்த ஒரு மதிப்பெண்களை மீண்டும் படிக்க தொடங்கினாள்.

மகளை பார்த்து புன்னகைத்துவிட்டு, உணவு மேசையின் மற்றொரு இருக்கையில் அமர்ந்தார். செல்வி மீண்டும் ஒருவாய் உணவை மகளுக்கு ஊட்டிவிட, புத்தகத்தை பார்த்துகொண்டே விழுங்கியவளுக்கு விக்கல் எடுக்கத் தொடங்கியது. மேசையின் மீது தண்ணீர் இல்லாததால், சமையலறையில் இருந்து தண்ணீரை எடுத்துக்கொண்டு ஓடி வந்தாள் செல்வி, அதற்குள் பதற்றத்துடன் மகளின் தலைத்தட்டத் தொடங்கினார் ராமசாமி.

மகளுக்கு தண்ணீரை புகட்டினாள் செல்வி. "அடியே புள்ளைக்கு, ஒழுங்கா ஊட்ட தெரியாதா உனக்கு....?" என கடிந்தவர், மகளிடம் "பாப்பா நீ சாப்பிட்டு ஸ்கூலுக்கு போயிட்டு வாடா, அப்பாவுக்கு தோட்-டத்தில தலைக்கு மேல வேலை இருக்கு" என்றார். அவளும் "சரிப்பா" என்க, அதில் திருப்தியுற்றவர், மனைவியிடம் "மீதி சாப்பாட்டையாவது கவனமா புள்ளைக்கு ஊட்டிவிடு, அதைவிட்டுவிட்டு கவனத்தை வேறு எங்கேயோ வச்சிட்டு இருக்காத" என உறுமியவர், மகளின் தலையை மீண்டும் வாஞ்சையுடன் தடவியவர், கிளம்பி விட்டார்.

செல்வியோ, மகளுக்கு உணவை ஊட்டி விட்டு, பிறகு முகத்திற்கு பவுடர் பூசி விட்டு, பொட்டும் வைத்துவிட்டாள். அதுவரை பெண்ணவ-ளின் கவனம் என்னவோ முழுக்க புத்தகத்தில் தான் இருந்தது. "சீக்கிரம் கிளம்பு கண்ணு அந்த வள்ளி புள்ளையும் இந்நேரம் வந்து இருப்பா" எனக்கூற "சரிம்மா சும்மா தொன தொனன்னு பேசாத" என கூறியவள், புத்தகத்தை தோளில் மாட்டிக்கொண்டு அறையை விட்டு வெளியே வந்-தவளின் கையை பிடித்து தடுத்து நிறுத்தினாள் செல்வி.

கையில் இருந்த குங்குமத்தை மகளின் நெற்றிக்கு வைத்துவிட்டவள், "அம்மாடி பாத்து பத்திரமா போயிட்டு வாடா கண்ணு, ஒழுங்கா படிம்மா" என காலையில் முத்து சொல்லி சென்றதை மனதில் வைத்-துக்கொண்டு தாய் சொல்ல, மகளோ, "அம்மா உன்ன மாதிரி கிடைச்ச

படிப்பை இழந்துட்டு வர்ற பெத்தியக்காரி நான் இல்ல, எனக்கு லைப்ரரி வேலை செய்யணும் அதன் மூலமா நிறைய பிள்ளைகளுக்கு புக் படிக்கிற இன்ட்ரஸ்ட கொண்டு வரணும், இதுதான் என்னோட கனவு, ஆசை, லட்சியம் எல்லாமே.... அதனால நீ கொஞ்சம் அமைதியா இரு. போயிட்டு வரேன்" என்றவள் வெளியே வர, சரியாக அவளது தோழி வள்ளியும் வந்தாள். "என்னடி இன்னைக்கு காலையிலேயே வீட்ல கத்-திட்டு வர, என்னைக்கும் லீவு நாள்ல தான் இது நடக்கும்" என சிரித்-துக்கொண்டே கேட்டாள். "என்னோட அம்மா தான்டி என்ன கடுப்-பேத்திட்டே இருக்காங்க, கொஞ்சம் டென்ஷன் ஆகிட்டேன்" என்றாள், தலையில் தாய் வைத்த பூ வைத்து சரிசெய்துகொண்டே. வெண்மதி பெயருக்கு ஏற்ப ஒளி பொருந்திய முகம்.

படிப்பிலும் படுசுட்டி, தந்தை சொல்லை தட்டாத மகள் என்றெல்லாம் சொல்ல முடியாது இருந்தாலும், அவளுக்கு எது சரி என படுகிறதோ அதை துணிந்து செய்யும் எண்ணம் உடையவள். "அடியே மதி உனக்கு விஷயம் தெரியுமா....? நேத்து காலையில நம்ம ரேவதிய அந்த இசைக்கி பையன் கூட பார்த்தோம் இல்ல.... நேத்து சாயங்காலமே அந்த புள்ளைய வேற ஒருத்தருக்கு கல்யாணம் பண்ணி வச்சுட்டாங்க டி" என இரு கண்களையும் உருட்டி வள்ளி கூறினாள்.

இருவரும் சிறுவயது தோழிகள். தற்போது வரை ஒரே வகுப்பில் பயின்று வருகின்றனர். "இதுல என்னடி அதிசயம் இருக்கு, தப்பு அவளோடது வேற சாதிக்கார பயலுகக்கூட சுத்துனா என்ன நடக்கும்னு தெரிஞ்சும், அதையே இவளுக பண்ணுனா அதுக்கு நம்ம என்ன பண்ண முடியும்..... நேத்து நைட்டு அப்பாவும் அங்க போயிட்டு லேட்டா தான் வீட்டுக்கு வந்தாங்க" என்றள் தோளில் மாட்டிய புத்தகப்பையை சரி செய்து கொண்டே. "என்னதான் இருந்தாலும் இதெல்லாம் தப்பு தானே மதி"

"அதுவும் இவ்வளவு நாகரீக உலகத்துல சாதி அது இதுன்னு சொல்-லிக்கிட்டு...." என்றால் தரையை பார்த்து நடந்தபடி. ரோட்டில் வரும் வண்டிகளை எல்லாம் பார்த்துக்கொண்டே நடந்த, வெண்மதி சட்டென உடன் வந்த வள்ளியின் கரத்தை இறுகப் பற்றினாள்.

நடந்து சென்றவள் ஏன் தன் கையைப் பிடிக்கிறாள், என நிமிர்ந்து பார்க்க அவளோ, வள்ளியின் கண்களை அழுத்தமாக பார்த்து, "இங்க பாரு புள்ள, சொல்றதை நல்லா காதுல வாங்கிக்கோ. இவிங்கலாம்

நம்மள பள்ளிக்கொடத்துக்கு அனுப்புறதே பெருசு. நம்ம பெத்தவங்களே நமக்காக ஒருபடி கீழ இறங்கி வரும்போது, ஒழுக்கமா படிக்குற வேலைய பாக்குறத உட்டுபுட்டு கண்ட கன்றாவியெல்லாம் நமக்கு வேணாம். நீ இந்த காதல் கன்றாவிக்கு எல்லாம் சப்போர்ட்டு பன்னிட்டு திரியுற. நல்லா இல்ல, இப்பையே சொல்லிட்டன் பாத்துக்கோ. ஒழுக்கம் நீ படிக்-கிற படிப்புக்கு மேலானது புரியுதா" அவள் கண்களை அழுத்தமாக பார்த்து உரையை முடித்திருந்தாள். அந்த சொற்பொழிவை கேட்டவளும் ஏதோ புரிந்தவளாய் தலையாட்டினாள். அதன் பின் பெண்கள் இருவரும் எதுவும் பேசாமல் பேருந்து நிறுத்தத்தை அடைந்தனர்.

சற்று நேரத்தில் பேருந்தும் வர அதில் இருவரும் ஏறி பள்ளியை சென்றடைந்தனர். மதியம் வரை பரீட்சை எழுதிவிட்டு பின்பு சிறிது நேரம் ஆசிரியருடன் பேசிவிட்டு அப்போதே வீட்டிற்கு கிளம்பினர். காரணம் அன்று முதல் அரையாண்டு விடுமுறை துவங்குகிறது. பேருந்து பயணத்தின் போது தோழிகள் இருவரும் சிறுவயது விடுமுறை காலத்தை எவ்வாறு களித்தனர் என்பதை பற்றி பேசி சிரித்துக் கொண்டே வந்தனர்.

நாளையும் வள்ளி வெண்மதியை விளையாட கூப்பிட, அவளோ தந்தை வாங்கி கொடுத்த புது புத்தகத்தை படிக்க வேண்டும் என்க வள்-ளியும் அதன்பின் எதுவும் பேசாமல் விட்டுவிட்டாள். "வள்ளி வீடு வந்-துருச்சு நான் கிளம்புறேன்" என்றவள் துள்ளிக் குதித்துக் கொண்டே வீட்டினுள் நுழைந்தாள். முற்றத்திலே ராமசாமி அமர்ந்திருக்க, அவரிடம் சென்றவள் "அப்பா...! இன்னையோட பரீட்சை முடிஞ்சிடுச்சி இனி நீ வாங்கித்தந்த புத்தகத்தை ஜாலியா படிக்கப் போறேன்!!!" என்றாள் புன்-னகை மலர்ந்த முகத்துடன்.

அதைக் கேட்டவரும் மகளின் தலையை பரிவுடன் வருடிவிட்டு உச்-சந்தலையில் இதழ் பதித்தார். "சரி அப்பா நான் போய், புக்க எடுத்துட்டு வரேன்" என்றவள் மாடியை நோக்கி சென்றுவிட்டாள். மகளின் பையி-லிருந்த டிபன் பாக்ஸையும், வாட்டர்பாட்டிலையும் எடுத்துக்கொண்டு இரண்டடி சென்ற செல்வி, கீழே விழுந்து கிடந்த காகிதத்தை பார்த்தாள். வெறும் காகிதமாக இருந்தால் பரவாயில்லை, அவள் சென்றிருப்பாள். ஆனால் நான்காக மடித்து வைக்கப்பட்ட அந்த காகிதத்தின் மேற்புறத்-தில், அம்பு விடப்பட்ட சிவப்பு நிற வடி இதய வடிவம் வரையப்பட்டி-ருந்தது......

ஆம் அது காதல் கடிதம் தான்.....

2

வாழ்க்கை அதன் போக்கில் சென்று கொண்டிருக்கும். ஆனால் சட்-டென கனவிலும் நினைத்துப் பார்க்க முடியாத இடத்தில் சென்று நிறுத்-திவிடும். நமக்குப் பிடித்தது..... பிடிக்காதது..... என எதுவும் அதற்கு தெரியாது. நாம் தான் நம் மனநிலையை அதற்கு ஏற்றவாறு பக்கு-வப்படுத்திக் கொள்ள வேண்டும். இதோ அப்படித்தான் வெண்பாவின் குடும்பத்திலும், கனவிலும் நினைத்துப் பார்க்க முடியாத ஒரு செயலை வாழ்க்கை அதன் போக்கில் செய்துவிட்டு சென்றது .

மகளின் பையிலிருந்த தண்ணீர் குப்பியை வெளியே எடுக்கும் போது, அதனுடன் சேர்ந்து விழுந்த கடிதத்தை பார்த்தவள், அதை எடுக்க முயலும் முன்னே அது அவள் கணவனின் கரங்களில் தவழ்ந்-தது. அந்த கடிதத்தை படித்து பார்த்தவரோ, கடுங்கோபத்துடன் மீசையை முறுக்கிவிட்டார். இரு கண்களும் நெருப்பென சிவந்து இருக்க, திரும்பி மனைவியை வெட்டும் பார்வை பார்த்தவர், இமைக்கும் நொடியில் அவளின் கன்னத்தில் அறைந்தார். ராமசாமி அடித்த அடியில் அவளின் கைகளில் இருந்த, உணவு டப்பாவும், தண்ணீர் குப்பியும் கீழே விழுந்து சிதறியது.

கணவர் கைநீட்டி அடிப்பது இது முதல்முறை அல்ல தான்..... ஆனாலும் கன்னம் எரிவதைவிட, மனம் தீப்பற்றி எரியத்தொடங்கியது தாயவளுக்கு. தன் மகள் இதுபோல் எல்லாம் செய்யமாட்டாள் என்று நினைத்திருக்க, மகளோ தாயின் கணிப்பிற்கு எதிர்மாறாக அல்லவா செய்துவைத்துள்ளாள். ராமசாமிக்கு இன்னும் ஆத்திரம் வர அங்கிருந்த பொருட்களை எல்லாம் எடுத்துப் போட்டு உடைக்க ஆரம்பித்தார்.

கீழே கேட்ட சத்தத்தில் மேலே இருந்த வெண்மதியோ, "ஆரம்பிச்-சுட்டாங்க டா..... தினமும் இவங்களுக்கு மட்டும் சண்டை போட எப்ப-

டிதான் கான்செப்ட் கெடைக்குமோ" என நினைத்தவள் மேலிருந்து கீழே இறங்கினாள். பொருட்களை எல்லாம் போட்டு உடைத்துக் கொண்டிருந்தவரோ, மகளை பார்க்கவும் கோபம் தலைக்கு ஏற, சப்பென அவள் கன்னத்தில் அடித்திருந்தார்.

ஒருமுறை மட்டுமா இல்லை தொடர்ந்து இரு கன்னத்திலும் சரமாரியாக அடிகள் விழுந்து கொண்டே இருந்தன. கணவரின் கண்களை நேருக்கு நேர் பார்த்து அடிகளை வாங்கிக்கொண்டிருக்கும் மகளை பார்த்தவர், கணவனிடமிருந்து மகவை விலக்க முயல....... செல்வியால் முடியவில்லை. ஒருகட்டத்தில் மகளை கீழே தள்ளியவள் கணவரின் கைகளில் மகளுக்காக விழ வேண்டியவைகளை தாங்கிக் கொள்ளத்தொடங்கினார்.

"என்னடி புள்ள வளத்து வெச்சிருக்க......? இருக்குறது ஒத்த புள்ள அவளையும் ஒழுங்கா உனக்கு வளர்க்க தெரியலையா......?" என கூறிக்கொண்டே மீண்டும் கண் மண் தெரியாமல் மனைவியை அடிக்கத் தொடங்கினார். விழுந்த இடத்திலேயே சிலையாக அமர்ந்திருந்தாள் பேதையவள். இவ்வளவு நாள் கடிந்துகூட பேசிடாத தந்தை எதற்காக அடித்தார் என தெரியாமலே இத்தனை அடி வாங்கியுள்ளாள்.

தனக்காக அடிகளை தாங்கிக் கொள்ளும் தாயைப்பார்த்தவள், எழுந்து தந்தையிடம் இருந்து தாயை பிரித்தாள். செல்வியின் கண்ணங்கள் இரண்டுமோ, ரத்தமென சிவந்திருந்தது. எப்போதும் ஏதாவது அடி வாங்கிக் கொண்டேதான் இருப்பாள்..... ஆனால் இன்றோ மகளுக்காக சற்று அதிகமாகவே வாங்கிவிட்டாள். "அப்பா நான் என்ன தப்பு பண்ணினேன்? , சொல்லுப்பா?" திமிராக இவள் வினவ... "வாய தொறந்த புள்ளைன்னு கூட பார்க்க மாட்டேன் வெட்டி புதைச்சிடுவேன்...... இது என்னடி?" என அக்கடிதத்தை கிழித்து அவள் முகத்தில் விசிறியடித்தார்.

அதன் வெளிப்புறத்தோற்றத்தை, வைத்தே வெண்மதிக்கு தெரிந்துவிட்டது, அது காதல் கடிதமென..... அவ்வளவுதான் பேய் அடித்தார் போல் அப்படியே நின்றுவிட்டாள்..... "பொட்டப்புள்ள, ஆசைப்பட்டன்னு படிக்க வெச்சோம், அதுக்கு ஏத்த நல்ல கூலியா எங்களுக்கு கொடுத்துட்ட டி..... உன்னோட வயசு புள்ளைங்க எல்லாம் அதோட புள்ளைங்கள தூக்கிட்டு போகும் போது....... உனக்கு மட்டும் புத்தகத்தை கொடுத்து பள்ளிக் கூடத்துக்கு அனுப்பி வச்சேன் பாரு.... என் புத்

தியை, எதுல அடிச்சிக்கிறதுன்னு தெரியல, ஆனா ஒன்னு, உன்ன நம்பி பள்ளிக்கூடத்துக்கு அனுப்புனது பெத்தவங்களுக்கு தூக்கம் வராத மாதிரி இல்ல பண்ணி வச்சிருக்க..... இதுல லைப்ரரிக்கு வேலைக்கு போறன்னு வேற சொன்னியே...... அப்போ அதுவும் பொய்யா...? அது சரி திருட்-டுத்தனமா எவனோடையோ, சுத்துறத விட பொய் சொல்றது, உனக்கு என்ன சாதாரண விஷயமா" என்றார் அவர்.

சுவிட்சை போட்ட உடன் சட்டென நகரும் பொம்மையைப் போல, தந்தையின் புறம் திரும்பியவள், "அப்பா இது எப்டி என் பையில வந்த-துன்னே தெரில ப்பா...... யாராவது பிள்ளைங்க கூட, என்ன புடிக்காம இத பண்ணி வெச்சிருப்பாங்க ப்பா....... பையன் கூட சுத்துற ஆள் எல்லாம் நான் கிடையாது ப்பா..... என நம்பு ப்பா...... ப்பா ப்ளீஸ் ப்பா என்ன நம்பு ப்பா" என தந்தை அடித்ததால், கன்னத்தில் ஏற்பட்ட வலி-யையும் பொறுத்துக்கொண்டு, அழுகுரலில் அவரின் கையைப் பிடித்துக் கொண்டு கதறினாள்.....

ஆனால் பெற்றவரோ, "மறுபடியும் பொய் மேல பொய், சொல்லா-தடி...... இதுக்கு மேல உன்ன இங்க உட்காரவச்சா அது சரிப்பட்டு வராது, உனக்குலாம் கல்யாணம் பன்னி வெச்சாத்தான் கம்முன்னு இருப்ப....... அந்த முத்து பையன் இன்னைக்கு காலையிலேயே வந்து கண்ணாலத்த பத்தி பேசினான், நான் தான் நீ படிக்கிறேன்ற பேர்ல, எவன் கூடையோ ஊர் சுத்திட்டு இருக்கேன்னு தெரியாம அவன அனுப்பிச்சி வெச்சுட்டன்..... நான் என்ன சொன்னாலும் மறு பேச்சு கேட்காம செய்றவன் அவன்...... நம்மள விட வசதில ரொம்ப கம்மியா இருந்தாலும் பரவால்ல நம்ம என்ன சொன்னாலும் கேக்குறவன், அவன் பையன் கூட தான் உனக்கு கல்யாணம்...... ஆனா கல்யாணத்துக்குள்ள எங்க எல்லார் கண்ணுலயும், மண்ணைத் தூவிட்டு ஊர் பேர் தெரியித-வன் கூட போலாம்னு நெனச்ச...... மவளே ஊர் எல்லையிலேயே வெட்-டிப்புதைச்சுட்டுத்தான் வருவேன்" என்றவர் முத்துவிடம் பேச கிளம்ப எத்தனிக்க, "என்னங்க..... என்ன தான் இருந்தாலும் என்ன ஏதுன்னு தீர விசாரிக்கலாமே, விசாரிக்காம எந்த முடிவும் எடுக்க வேணாம்ங்க" என்றாள் பயத்திலும், கலக்கத்திலும்.

பேசினால் கண்டிப்பாக எதாவது எடுத்தெரிந்து பேசி மனதை காயப்-படுத்துவார், இல்லையெனில் அடி விழுகும்...... ஆனால் இது மகளின் வாழ்க்கை அல்லவா......? அடிகளையும் வசவுகளையும் தாங்க முடியாது

என அமைதியாகவா இருக்க முடியும்.....? காயம் ஏற்ப்பட்டால் கூட மருந்திட்டு சரிசெய்து விடலாம்.....? ஆனால் மகளின் வாழ்வை எப்படி சரி செய்வது.....?

சுவரின் அருகில் சென்று துண்டை எடுத்து தோளில் போட்டவர், திரும்பி இவளிடம் வந்து, "உன்ன மாதிரியே உன் புள்ளையையும் வளத்து வெச்சிருக்க டி. இதெல்லாம் சரிப்பட்டு வராது ரெண்டு பேரும் அடக்க ஒடுக்கமா வீட்ல இருங்க" என்று வீட்டை விட்டு கிளம்ப எத்தனிக்க வெண்மதியோ தந்தையின் முன் சென்று மண்டியிட்டவள், அப்பா ப்ளீஸ் ப்பா...... நான் இதுவரைக்கும் எந்த தப்புமே பண்ணல ப்பா..... என்ன நம்புங்க ப்பா" என கத்தியவளின் குரல் கம்மியது.

இருந்தும் அதையெல்லாம் கண்டுக்கொள்ளாத தந்தையோ, தனது காலடியில் கிடக்கும் மகளை பார்த்தது, "ஏய் கழுதை வாயமூடு டி. எல்-லாம் உன் ஆத்தாக்காரி கொடுக்கிற செல்லத்துலதான், நீ இப்டி வந்து நிக்கிற, இப்டியே வுட்டா சரிப்பட்டு வராது" என பெண்கள் இருவரை-யும் வீட்டினுள்ளே வைத்து பூட்டி விட்டு வெளியில் சென்றார் ராமசாமி.

தவழ்ந்துக்கொண்டே தாயிடம் சென்றவளோ, "அம்மா அம்மா ப்ளீஸ் ம்மா..... நான் படிக்கணும்மா.. என் மேல எந்த தப்பும் இல்லம்மா.... நீயாவது என்ன நம்பும்மா" என கதறும் மகளின் கண்ணீரை, நிறுத்தும் வழியறியாது கட்டியணைத்துக் கொண்டு அழுக தொடங்கிவிட்டாள் தாயானவள்.

பெண்கள், அழுவதற்கு மட்டுமே படைக்கப்பட்டுள்ளனர் போலும்...... பெற்றோர் இறந்துவிட்டால் அவர்கள் அருகில் அமர்ந்து அழுவதவதற்காகவே பெண்பிள்ளை என்கிறார்கள். ஏன் ஆண் பிள்-ளைகள் அழக்கூடாதா....? அல்லது அந்த சமயத்தில் அழுவதற்க்காக மட்டும்தான் பெண்பிள்ளைகளை பெற்றார்களா.....? வீட்டில் யாருக்கா-வது ஏதாவது சிறு விபத்து என்றால் கூட பெண்கள் அங்கேயே தலை-முடியை பிய்த்துக் கொண்டு அழுகிறார்கள்.

ஆனால் ஆண்களோ துரிதமாக அந்த நபரை எந்த மருத்துவமனை-யில் சேர்க்க வேண்டும் என்பது முதல், ஒருவேளை காவல் நிலையத்-திற்கு செல்லவேண்டும் என்றால் கூட துரிதமாக செயல்பட்டு சட்டென முடிவுகளை எடுக்கிறார்கள். ஏன் பெண் என்றாலே அழும் கதாபாத்-திரமாகவே சித்தரிக்கப்படுகிறாள்....? இவை அனைத்திற்கும் காரணம் யார்....? பெண்களா அல்லது சமூகமா.

நிச்சயம் இதற்கு விடை சமூகம்தான், காரணம் இந்த சமூகம் தான் நமக்கு நிற்பது, நடப்பது, பேசுவது என அனைத்தையும் கற்றுக் கொடுக்கிறது. அப்படி எனில் விடை சமூகம்தான்..... பெண் என்றால் துயரத்தின் போது மூளை வேலை செய்வதற்கு பதிலாக கண்ணீர் சுரப்பிகள் அதன் வேலையை ஆரம்பித்துவிடுவதாக வரையறுத்துவிட்டனர்.

அதுவே ஆண் என்றால் இடியையும் தாங்கும் வல்லமை பெற்றவர்கள், என்பதை சமூகம் சித்தரித்துக் காட்டுகின்றன. இப்படிப்பட்ட சூழ்நிலையில்தான் வெண்மதியும் செல்வியும் சிக்கியுள்ளனர். ஆனால் தந்தையோ துரிதமாக முடிவு எடுக்கிறேன் என்ற பெயரில், நடந்தது என்ன என்று ஒரு வார்த்தைகூட கேட்காமல் மகளுக்கு திருமணம் என்று மட்டும் உரைத்துவிட்டு சென்றுவிட்டார். இது எந்த விதத்தில் நியாயம்......

" அம்மா நான் எந்த தப்பும் பண்ணவே இல்லம்மா, நான் படிக்கணும் ம்மா" என வெண்மதி சொன்னதையே திரும்பத் திரும்ப பிதற்றினாள். அதனால் எந்த பயனும் இல்லை என்பதை உணர்ந்த தாயவளோ, "கண்ணு நீ தாண்டா இனி உன்னோட மனச தேத்திக்கணும். உனக்கு தான் தெரியும் இல்ல, அப்பா ஒரு முடிவு எடுத்துட்டா அதிலிருந்து பின்வாங்கவே மாட்டாங்கன்னு...." என கூறிக்கொண்டே மகளை கட்டியணைத்தாள்.

ஆனால் திமிரிக்கொண்டு தாயின் கைப்பிடியில் இருந்து வெளிவந்தவளோ, "முதல்ல நீ ஒழுங்கமா இருந்தியா...? படிக்கிற வயசுல படிக்காம, இன்னொருத்தன் கூட வீட்ட விட்டு போகவும் தான் உன்ன அப்பாவுக்கு கட்டிக் கொடுத்தாங்க..... எனக்கு எதுவும் தெரியாதுன்னு நினைக்காத ம்மா, எனக்கு எல்லாமே தெரியும்" என்றாள் வீங்கிய கண்களை மெதுவாக, பள்ளி சீருடையின் துப்பட்டாவால் துடைத்தபடி. ஈன்றெடுத்த மகளையோ அதிர்ச்சியுடன் பார்த்து இருந்தாள் செல்வி.

ஆம் அவளும் பள்ளி படிக்கும் போது ஒருவனை காதலித்தவள் தான். பிறகு அவனுடனே வீட்டைவிட்டு செல்ல முயற்சிக்க..... அதற்குள் செல்வியின் தந்தையின் ஆட்கள் இவர்களை பார்த்துவிட்டனர். செல்வியின் தந்தை சிறிது செல்வாக்கு மிக்கவர் என்பதால், ராமசாமிக்கு செல்வியை அடுத்த தினமே மணமுடித்து வைத்தார். இப்போது இருக்கும் அளவுக்கு பணமும் பலமும் ராமசாமியிடம் அப்போது கிடையாது, எனவே வசதியில்லாத இடத்தில் மகளை கொடுத்துவிட்டால் வரும் மாப்பிள்ளையும் இவரிடத்தில் கைகட்டி நிற்பான் என்ற எண்ணம், செல்

வியின் தந்தைக்கு.

"அம்மா சொல்லு, நீ எதுக்காக அப்டி பன்னுன....? நீ மட்டும் அப்டி பன்னலன்னா, இந்நேரம் அப்பா அந்த லெட்டர பத்தி விசாரிப்பாரு..... ஆனா இப்ப பாரு அவரு என்கிட்ட எதுவுமே கேட்கல... சொல்லும்மா ஏன் அப்டி பன்னுன.....?" என்றாள் வேறு எங்கோ பார்த்துக்கொண்டி-ருந்த தாயின் கன்னத்தை கைகளால் தன் பக்கம் திருப்பி. மகளிடம் என்னவென்று சொல்வாள்.... ஏதென்று சொல்வாள்.... அப்போது தான் வயதில் செய்த தவறை இப்போது மகள் செய்யும் போது தானே அதன் வலியை செல்வி உணர்கிறாள்.

தற்போது மகள் கேட்கும் கேள்விக்கு பதில் சொல்லியே ஆக வேண்-டும் என்பதால், "அது ஏதோ அறியா வயசுல பன்னிட்டன் கன்னு, ஆன அதை நினைச்சு இன்னும் அணு அணுவா துடிச்சுட்டுதான்டா இருக்கன். நான் மறந்தாலும் உங்கப்பா மறக்க மாட்டுறாரு... நீயும் தினம் நம்ம வீட்ல நடக்குற பிரச்சனைய பாக்குற தானே....." என்ற தாயவள், மகவை நெருங்கி அமர்ந்து அவள் கையை பற்ற முயல... தாயிடமி-ருந்து மூன்று எட்டு விலகி அமர்ந்தவள் "பொய்.. பொய்... "என்று இரு காதுகளையும் உள்ளங்கையால் அடைத்து கத்தியவள் "நீ உன் அப்-பாக்கிட்ட இருக்க பணத்தால, எதுவும் பன்ன முடியுன்ற திமிர்ல தான வீட்ட விட்டு போன" என அறை அதிர கத்தியவள், அதற்கு மேல் பேசவும் சக்தியில்லாமல் தரையில் சரிந்தாள்.

ஆம் உண்மையில் தந்தையிடம் இருக்கும் பணபலமே செல்லிவியின் கண்ணை மறைத்தது. திருமணம் செய்தபின் அவர் முன் சென்று நின்-றாள், நிச்சயம் தன் காதலனுக்கு எதாவது வேலை தருவார், அது மட்டுமில்லாமல், இளவரசியாய் வாழ்ந்த வீட்டில் ராணியாய் வாழலாம் என்றல்லவா யோசித்தாள். ஆனால் அவையணைத்தையும், முறியடித்த விட்டது அவள் தந்தையின் படைபலம். சற்று நேரம் அங்கேயே அமர்ந்-திருந்த செல்வி, பின் கணவனுக்கு மதியவேளை உணவை சுடச்சுடச் பறிமார வேண்டும், என்பதற்ககாகவும், அதேசமயம் மகளிடம் எதுவும் கூறமுடியாத நிலையாலும் சமையலலறைக்குள் நுழைந்தாள்.

கேட்ட கேள்விக்கு பதில் கூற முடியாமல் தான் தாய் உள்ளே செல்-கிறாள் என நினைத்து அத்தனை வேதனையிலும் ஒரு சிரிப்பை உதிர்த்-தாள். அது வெறும் சிரிப்பு அல்ல ... அது துயரச் சிரிப்பு. அந்தக் கடிதத்தில் அப்படி என்னதான் இருக்கிறது என படிக்கத் துவங்கினாள்.

"என் இனிய வெண்மதிக்கு, உன் இனியவன் எழுதுவது. உனக்கு தற்போது படிப்பில் எல்லாம் விருப்பம் இல்லை என்று எனக்கு தெரியும். இருந்தும் உனக்கு பதின்வயது முடியும் வரைக்கும் காத்திரு என்று கூறி- விட்டாய். ஆனால் இன்னும் எத்தனை நாளைக்கு நீ படிப்பதை போன்று நடித்து, உன் வீட்டையும் ஏமாற்றிவிட்டு என்னோடு சுற்றுவாய். ஒரு- வேளை நீ மாட்டிக்கொண்டால் பிறகு நாம் இருவரும் கடைசி வரை சந்தித்துக்கொள்ள மாட்டோம்.... இவ்வளவு ஏன் தினமும் நடக்கும் இந்த கடித பரிவர்த்தனை கூட நடக்காது. ஸோ ஒரு நல்ல நா பாத்து சொல்லு, நாம வீட்ட விட்டு கிளம்பலாம்."

-இப்படிக்கு உன் இனியவன்"

படித்து முடித்தவளுக்கு ஏனோ எப்படி அவளின் உணர்வை வெளிப்- படுத்துவது என்றும் தெரியவில்லை, காரணம் அந்த கடிதத்தில் உள்ள கையெழுத்துக்கு சொந்தக்காரி அவள் உயிர்தோழி வள்ளி.

3

✧

சுவற்றில் சாய்ந்தமர்ந்து அந்திமாலை வானை வீட்டின் முற்றத்தில் அமர்ந்து வெறித்துக்கொண்டிருந்தாள், வெண்மதி. இந்த வானம் தான் எத்தனை நிறங்களை தன்னுள் அடக்கியுள்ளது. அதே போல் தானே வாழ்வும் கோபம், மகிழ்ச்சி, அச்சம், துன்பம் என பல வகையான உணர்வுகளையும் அடக்கியுள்ளது அல்லவா. ஆனால் தனக்கு மட்டும், ஏன் இதுபோல் ஒரு நிலைமையை வாழ்க்கை பரிசளிக்க வேண்டும், என் பல பல சிந்தனையில் உழன்றவள், சற்றுமுன் நடந்த நிகழ்வை நினைத்து பார்த்தாள்.

அழுது அழுது களைத்து போனவளுக்கு, அதற்கு மேல் கண்ணீரை வெளிவிட கண்களும் கஞ்சத்தனம் செய்ய இதற்கு மேல் ஒன்றும் முடி-யாது என அங்கேயே படுத்துவிட்டாள் வெண்மதி. சற்று நேரத்திற்கு முன் தந்தை கூறிய சொற்கள் இன்னும் செவியில் ஒளித்துக்கொண்டி-ருந்தது.

"நாளைக்கு காலையில உனக்கு நிச்சயம் அதுக்கு, அடுத்த நாள் கல்யாணம். அடக்க ஒடுக்கமா இங்க இருக்குற வழிய பாரு... அத வுட்-டுட்டு வுட்டை வுட்டு போலாம்னு நெனைக்காத. இந்த விஷயம் மாப்-பிள்ளை வுட்ட தவிர வேறு யாருக்கும் தெரியாது, அதனால எல்லாம் நாமளா ஏற்பாடு பன்ன மாதிரிதான் நடக்கனும். அத வுட்டுட்டு, எனக்கு பையன புடிக்கல, அவன் கலரு நல்லா இல்லை, சொக்கா நல்லா இல்ல, ஏற்கனவே நல்ல சொக்கா போட்ட ஒருத்தன கட்டிக்கலாம்னு இருந்தன், அப்புடி இப்புடின்னு எதாவது சொன்ன பின்னாடி எங்கள் உயிரோட பாக்க முடியாது. எங்கையாவது போய் ரெண்டு பேரும் செத்து தொலைஞ்சுடுவோம்" என மிரட்டலில் ஆரம்பித்தவர், கொலை மிரட்ட-லோடு முடித்தார்.

கண்ணீர் சுரப்பி அதன் வேலையிலிருந்து நிரந்தர ஓய்வு எடுத்-
துவிட்டது என்று நினைத்தவளின் சிந்தனை அவ்விடத்தில் பொய்த்து,
கண்ணீர் சுரப்பிகள் வெறும் இடைவேளை மட்டுமே எடுத்திருந்தது.
மீண்டும் தந்தையிடம் சென்று கதறத் தொடங்க அவரோ இவள் வார்த்-
தையை சிறிதும் கண்டுக்கொள்ள வில்லை.

இனி எவ்வளவு கெஞ்சியும் பலனில்லை என்பதை உணர்ந்தவள்,
அங்கேயே மண்டியிட்டு அமர்ந்துவிட்டாள். தன் தோழியின் துரோகம்
வேறு அவளுக்கு மேலும் அழுகையை கிளப்பியது. நம்பிய பிறகு அல்-
லவா, துரோகம் செய்துள்ளாள்.

அதுவும் சிறு வயதிலிருந்து உடன் இருப்வள் ஆயிற்றே... என்ன
படிப்பில்தான் இவள் எடுக்கும் மதிப்பெண்களை பார்த்து வள்ளிக்கு சிறது
பொறாமை வரும்.... ஆனால் அதன் விளைவு, இவ்வளவு பெரிதாய்
இருக்கும் என அவள் கனவிலும் நினைக்கவில்லை.

இவள் வாழ்க்கையே இப்போது கேள்விக்குறியாகியுள்ளதே. தாங்க
முடியாத சோகம், ஏற்க முடியாத துக்கம், என அடுத்தடுத்து அவன்
வாழ்வில் ஏற்பட்ட நிகழ்வுகளின் துக்கத்தால் பூவையவள் அங்கேயே
கண்ணயர்ந்து விட்டாள். தாயானவளுக்கோ என்ன பேசுவது..... யார்-
பக்கம் பேசுவது..... அல்லது யாரை சமதானம் செய்வது என்றும் புரிய-
வல்லை

கணவரிடம் சென்றால் நீ ஒழுக்கமானவளா.... என்ற கேள்வி வரும்.
பிள்ளையிடம் சென்றாள், தந்தையின் முடிவுக்கே, உன் கடநத கால
செயல்கள்தான் காரணம் என எரித்து விடும் பார்வையில் சொல்வாள்.

கடந்து காலத்தில் 'என்னை கேள்வி கேட்க யார் இருக்கிறார்கள்',
என்ற சிந்தையுடன் இவள் செய்த விடயங்கள் தான் தற்போது அவளை
எங்கும் பேசவிடாமல் செய்து விட்டது. கணவரின் வார்த்தைக்கு மறு-
வார்த்தை சொல்லும் துணிவும் அவனிடம் இல்லை. இதையெல்லாம்
நினைத்தவள் கண்ணீருடன் கண்ணயர்ந்துவிட்டாள்.

அதிகாலை நேரம் அந்த வீடே நிசப்தமாக இருந்தது. ஆனால் ஒரு-
வனுடைய மனம் மட்டும் குமுறிக்கொண்டிருந்தது. அதை கேட்பதற்கு
தான் அவ்விட்டில் யாருமில்லை.

கதிரவன் செங்கதிர்களை விரித்துக்கொண்டு வந்திருந்த சமயம்,
நெருங்கிய உறவினர்கள் அனைவரும் வீட்டிற்கு வரத்தொடங்கியிருந்-
தனர்.

"கண்ணு எழுந்திரிடா, நம்ம அப்புச்சி, பெரியம்மா, அத்தை எல்லாம் சமையல் கட்டுல வேலை செஞ்சுட்டு இருக்காங்க, நிச்சய பொண்ணு இவ்ளோ நேரம் தூங்குறத பாத்தா திட்டுவாங்கடாம்மா" என்க்கூறி முடிப்பதற்குள் சட்டென எழுந்து அமர்ந்துவிட்டாள். உறங்கினால் தானே விழிப்பு வரும் இரவு படுத்தது முதல் ஒரு பொட்டு உறக்கம் வரவில்லையே அவளுக்கு.

கட்டிலிலிருந்து எழுந்தவள், அறையை விட்டு வெளிவர முயல, தாயோ மகளை இழுத்து மெத்தையில் அமரவைத்தவள், நேற்று காலை பின்னிவிட்ட இரட்டை சடையை அவிழ்த்து அணைத்து முடிக்கற்றை-களையும் ஒன்றாக சேர்த்து கொண்டையிட்டாள். ஆனால் இவளோ சுவற்றை வெறித்தபடி அப்படியே அமர்ந்திருந்தாள்.

நேற்றை போலவே பல் துலக்கும் தூரிகையை அவள் தாய் கொடுக்க அதை பெற்றுக்கொண்டு, வீட்டின் பன்புறம் சென்றவள் குளித்துவிட்டு வர, அவளை பார்த்த அத்தையோ "அடியே, இன்னக்கி எதுக்கு சுடிதார் போட்டிருக்க, வா நான் உனக்கு புடவை கட்டிவிடுறன் "என அவள் அறைக்கு அழைத்து சென்று புடவை, பூ, பொட்டு என அலங்கரித்தி-ருந்தனர்.

கனவு, லட்சியம் என இருந்தவளோ தற்போது இப்படி இருக்கிறாள். அவள் கூற வருவதை காது கொடுத்தாவது தாய் தந்தை கேட்க வேண்டும். நேற்றுவரை இரட்டை சடையோடு பள்ளிக்கு சென்றவள்...... இன்றோ சீவி சிங்காரித்து நிச்சயப்பெண்ணாய்.......

நினைக்கும் போதே கண்ணீர் இப்போதோ அப்போதோ முட்டிக்-கொள்ளும் என்ற நிலை. நேற்று தந்தையின் உட்சபட்ச எச்சரிக்கை நினைவு வர சிரமப்பட்டு கண்ணீரை அடக்கினாள். கண்ணீரை கட்டுப்-படுத்தியவளால், ஏனோ விசும்பலை கட்டுப்படுத்த இயலவில்லை. சிறு சிறு கேவலாய் மாறியது விசும்பல். அவளுக்கு எந்த நெத்திச்சூடி போட-லாம் என விவாதித்துக் கொண்டிருந்த இரு அத்தைகளின் காதுகளிலும் அந்த சப்தம் சென்றடைய,

"என்னடி அழுவுறியா?"

"பொட்டுப்புள்ளையா பொறந்தா வேற ஊட்டுக்கு போய்தான ஆவனும்.."

என கதவினருகில் வந்த செல்வி நிலைமையை சமாளிக்கும் பொருட்டு அவ்வாறு கூறினாள். அருகிலிருந்த இருவரில் ஒருவள்

உதட்டை சூழித்துட்டு,

"நீ என்ன புள்ள பெத்து வெச்சிருக்க....? இதெல்லாம் சின்ன வயசுல இருந்தே சொல்லி வளத்திருக்கனும்..... ம்ஹீம்... அதுலாம் உனக்கு தெரிஞ்சிருந்தா நீ ஏன் நடு ராத்திரியில ஒருத்தனோட போகப்-போற"

என கூறி முடிப்பதற்குள்.....

"அத்தை....." என ஒரே கத்தலாய் கத்தியிருந்தாள், வெண்மதி. "ம்ம்..... சொல்லுடா" என ஒன்றுமே தெரியாதது போல அந்த பெண்-மனியும் திரும்ப,

"அம்மாவ எதுக்கு அத்தை அப்டி சொன்னிங்க, எனக்கும் எங்க அம்மா எல்லாமே சொல்லித்தான் வளத்தாங்க. இருந்தாலும் இந்த மானங்கெட்ட மனசு எதையும் ஏத்துக்க மாட்டுது" என தலையில் அடித்துக்கொண்டு கூற,

"அடடா, என்ன மதி, நிச்சய பொண்ணு இப்டி கோபப்படலாமா" என அவளின் தலையை தடவிவிட்டவர், "இனி அப்டி சொல்ல மாட்-டேன்டா" என்றாள்.

அவர்களின் வீட்டில் பலமுறை இதுபோல், நடந்துள்ளது. அம்மாவை திட்டுபவர்களிடம் இவள் திரும்ப பேசமாட்டாள். அவர்களாக வந்து மன்னிப்பு கேட்கும், வரை........ இத்தகைய இக்கட்டான நிலையிலும் தன்னை விட்டுக்கொடுக்காமல் பேசும் மகளை பெருமிதம் பொங்க பார்த்தவள், அவளுக்கு விருப்பமே இல்லாமல் நடக்கும் இந்நிகழ்வை தடுத்து நிறுத்த முடியாத, தன் கையலாகாதத் தனத்தை எண்ணி நொந்-தவள், உணவு வகைகளை தயார் செய்ய சென்றுவிட்டாள்.

வெண்மதியை தயார் செய்து அவள் அறையிலே அமரவைத்து-விட்டு, மாப்பிள்ளையை கவனிக்க சென்றுவிட்டனர்.

"என்னடி அண்ணன் பயங்கரமா ரெண்டுபேரையும் போட்டு அடிச்-சிருக்கும் போல"

"ம்கூம்...... இருக்காதா பின்ன, படிக்குற வயசுல, இப்புடி பன்னிட்டு இருந்தா ஆத்தாவையும், மகளையும் கொஞ்சுவாங்களோ....? ஆனா பாரேன், அண்ணன் எதுவுமே நடக்காத மாதிரி சபையி உட்காந்திருக்கு"

"நமக்கே மாப்பிள்ளை வீட்டுக்காரங்க, சொல்லித்தான் இந்த விஷ-யமே தெரியும்.... அவள மாதிரியே அவ மவளையும் வளத்து வெச்சிட்-டாடி"

"ம்ம்...... சும்மாவா சொல்லுவாங்க தாயை போல பிள்ளை, நூலை போலை சேலைன்னு"

" சரி, சரி..... இத்தோட விரு, யார் காதுலையாவது விழுந்து தொலைய போகுது" என்க

அத்தோடு அலங்காரம் செய்துவிட்டு வந்த பெண்மனிகளின் பேச்சும் முடிந்துவிட்டது

சபை கூடிவிட, முத்துவின் மகன் ராசுவற்கும், வெண்மதிக்கும் நிச்ச- யம் செய்யப்பட்டுவிட்டது. பெற்றவர் தொடங்கி பெரியவர் வரை இருவ- ருக்கும் நல்லாசி வழங்கினர். கனவு, ஆசை, லட்சியம் என அனைத்- தையும் நாசமாக்கிய இந்த நிகழ்வு ஏனோ அவளுக்கு சாபமாகவே தெரிந்தது..

கடைசியாக நடந்த தேர்வில் வள்ளியை விட இவள் மதிப்பெண்- களை சற்று கூடுதலாக பெற்றுவிட்டா. கேவலம் மதிப்பெண்களுக்காக தன்னுடைய வாழ்க்கையே போய்விட்டதே என நினைத்தவள் அமைதி- யாக எழுந்து, அவள் அறைக்குள் செல்ல முயன்றாள்.

தகப்பன் பெயர் சொல்லி அழைக்க தரையை பார்த்தே நின்றாள். "மாப்பிள்ள உன்கிட்ட பேசனுமாம். போய் என்னன்னு கேட்டுட்டு வா" என்க...... சாவி கொடுத்தவுடன் செல்லும் பொம்மையென மாடிக்கு வந்து நின்றாள். பின்னே வந்தவனோ, "ரொம்ப புக் படிக்கிறவன்னு சொன்னாங்க..."

"இங்க பாரு... பாருங்க அனாவசியமா அவ, இவன்னு பேசுற வேல வேண்டாம்"

"அப்டியா மேடம் ஆனா என்கிட்ட அதெல்லாம் எதிர் பாக்காத, ம்ப்ச்... இடையில பேசாத நான் பேச வந்ததையே மறந்துட்டன், நீ நல்லா படிப்பன்னுலாம் கேள்விப்பட்டன்..... ஆனா என் வீட்டுக்கு இந்த புத்தகம் எதையும் எடுத்துட்டு வர்ற வேலை உனக்கு வேணாம். எப்டி வீட்ல சமைக்குறதுன்னும், அப்றம் என்ன எப்டி கவனிக்கிறதுன்னும் பாரு.... ஆனா சும்மா சொல்லக்கூடாது, தளதளன்னு இருக்க" என்ற- வனின் பார்வை எல்லை மீற, இவளுக்கோ ஆத்திரம் தாங்கவில்லை.

இருந்தும் விதி அனுபவித்து தானே ஆக வேண்டும்....... "ம்ம்ம் இன்னொன்னு சொல்ல மறந்துட்டன், உன் அப்பன்கிட்ட அப்புடியே ஒரு ஏசி கார் கேட்டு பாரு... இப்டி செவ செவன்னு இருக்குறவள்ள எப்டி ட்ரவிலர்ல கூட்டிட்டு போகமுடியும்" என அவன் மேலும் ஏதோ கூறவ-

ருவதற்குள், கீழே கோபத்துடன் வந்தவள் "அப்பா அவருக்கு ஏசி கார் வேணுமாம்" என்று சபையில் போட்டுடைத்தாள்.

அவளின் பின்னே வத்தவனுக்கோ ஒரு மாதிரி ஆனது. முத்துவோ மகனை முறைக்க உடனே தலைகுனிந்து கொண்டவனின் மனமோ வெண்மதியியினை வெட்டிவிடும் வஞ்சத்தில் இருந்தது. கையில் சிக்கிய வுடன் இவளை பார்த்துக்கொள்ளலாம், இல்லையெனில் பொன்முட்டை யிடும் வாத்து பறந்துவிடும் அல்லவா...?. மனதிலே கறுவியவன் அமை தியாக சென்று அமர்ந்தான்.

ராமசாமிதான் நிலமையை சமாளிக்கும் விதமாக "என்னங்க மாப் பிள்ளை என்கிட்ட சொல்லிருந்தா நானே பன்னிடுவேனே" என புன் முறுவல் பூத்தவர், "கல்யாணம் முடிஞ்ச உடனே..... வாங்கி கொடுத் துடலாம்" என பெரும் சிரிப்புடன் முத்துவை பார்த்தார். அவரும் நிலமையை சமாளிப்பதற்காக சிறித்து வைத்தார்.

பாவம் அவர் மாப்பிள்ளைதான் அவர் பேசியதை கேட்கவில்லையே. கவனம் முழுவதும் வெண்மதியன் மீதல்லவா இருந்தது. அவனின் பார் வையே அருவருப்பை மூட்ட யாரிடமும் சொல்லாமல் அவ்விடத்தை விட்டு அகன்றாள். அங்கிருந்த அணைவருக்குமே அவளின் காதல் விவரம் பரவியிருந்தது. இருந்தும் யாரும் அதை வெளிக்காட்ட வில்லை. பெண்ணவள் உள்ளே செல்வதை யாரும் தடுக்கவும் இல்லை.

ஆடை, அலங்காரம் என அனைத்தும் களைந்தவள், வெண்நிற உடைக்கு மாறியிருந்தாள். எவ்வளவு சுழகமாக சென்று கொண்டிருந்த வாழ்க்கை. இதோ இப்போது நெருப்பில் நடப்பது போல உணர்கிறாளே. புத்தகம் என்றால் கொள்ளை பிரியம்...... அதை பற்றி நீ கற்பனை கூட செய்யக்கூடாது என்கிறான் நிச்சயக்கப்பட்டவன். அவன் அணிந்த மோதிரத்தை பார்த்தாள்........

இரும்பால் செய்யப்பட்ட முள்ளை அணிந்திருப்பதை போன்ற, வலியை தொடுத்தது..... அவன் முகத்தை பார்ப்பதற்கென்ன அவனைப்பற்றி சிந்தையில் நினைப்பதற்கே அருவருப்பாக இருந்தது பாவையவளுக்கு..... இதில் எப்படி, காலம் முழுக்க அவனுடன் வாழ் வது....... துரோகம் இழைத்த தோழி..... கண் மூடித்தனமாக நம்பும் பெற்றோர்...... நிச்சயக்கப்பட்டவனோ கயவனின் மறுவுருவம்.... இவை எல்லாவற்றிற்கும் மேலாக சிறுவயது முதலே நூலகத்தில் பணிபுரிய வேண்டும் என்ற கனவு, கண் முன்னே மற்றவர்களால் எறிக்கப்படுவதை

காண்கிறாள்.

பெண்ணாக பிறந்து எத்துனை எத்துனை துயாங்களை சமாளிக்க வேண்டியுள்ளது. இதுவே ஆணாக இருந்தால், இரண்டு வார்த்தை திட்-டிவிட்டு சென்று விடுவர், பெற்றோர்.... இதையெல்லாம் நினைத்தவள், சிரமப்பட்டு விழிகளை முடி நித்திரா தேவிவிடம் சரணடைந்தாள்.

மதியம் மணி மூன்று இருக்கும் . இமைகளை மெல்ல மெல்ல பிரித்-தெடுத்தாள் வெண்மதி, வெளியே கேட்ட பேச்சு சப்தத்தில், மதியம் அறைக்குள் நுழைந்தவளிடம் அதன் பிறகு யாரும் வந்து எதுவும் பேச-வில்லை. காதலனின் கடிதத்தால் தான் இவ்வளவு பிரச்சனை வந்துள்-ளது என வந்தவர் அணைவருக்கும் காட்டுத் தீ போல அவ்விடயம் சென்றுவிட்டது.

வெளியே கேட்ட குரல், ஏதோ உறவினர்களுடையதாய் அவளுக்கு தெரியவில்லை. மிகவும் பழக்கப்பட்ட குரல்களாகவே தெரிந்தது. படப-டப்புடன் வெளியே செல்ல அவளது அம்மாவின் பிறந்தவீட்டு சொந்-தங்கள் நின்றிருந்தனர்.

ஓடிச்சென்று தாத்தாவையும், பாட்டியையும் ஒருசேர அணைத்துக்-கொண்டாள் வெண்மதி.... இவர்களை பார்த்த ராமசாமியோ எதுவும் பேசாமல் தோளில் துண்டை உதறிப்போட்டுக்கொண்டு வெளியே வந்து-விட்டார். நிலமையை சமாளிக்க எண்ணிய செல்வி, "அது அம்மா கல்-யாணத்துக்கு கூப்பிடலாம்னு அவரு சொல்லிட்டாரு..... அதுனால தான் நானும் அமைதியா விட்டுட்டன் " என்று உரைக்க பொய் எனத்தெரிந்-தும், சிறு தலையசைப்பை மட்டுமே செய்தார், செல்வியின் தாய்.

நாளை திருமணத்தை வைத்துக் கொண்டு, இன்று இவள் சொல்லும் பொய்யை நம்ப அங்கு யாரும் தயாராய் இல்லை. இருந்தும் அதைக் கண்டுகொள்ளாமல், பேத்தியின் தலையை பரிவுடன் வருடிவிட்டார் வெண்மதியின் தாத்தா. தாத்தா, பாட்டி இருவரையும் அணைத்தவள், எதார்த்தமாக கதவுபுறம் காண அங்கே வள்ளியின் தாய் வந்தார். அவளுக்கு பின்னே வள்ளி நின்றிருந்தாள்........

4

அனலிடைப்பட்ட புழுவாய் துடிதுடித்துப் போயிருந்தவளுக்கு ஆறுதலாய் இருந்தது தாய்வழி உறவுகளின் வருகை. சிறுவயது முதலே பாராட்டி, சீராட்டி வளர்த்தவர்களிடமே, அடைக்கலம் புகுந்து சிறிது ஆசுவாசம் அடைந்தவளின் கண்களோ நெருப்பென கொதித்தது..... வள்ளியின் தாயை கண்டவுடன். தந்தை அவரை அழைத்து வர, அவளின் பின்னே வந்தவளை பார்த்தவளோ கண்களாலே சுட்டெரித்துவிடும் அளவில் முறைத்துக் கொண்டிருந்தாள்.

துரோகத்தை கூட கடந்து விடலாம்...ஆனால் நம்பிக்கை துரோ-கத்தை...... என்ன செய்வது....... எவ்வாறு கடப்பது...... மதிப்பெண்க-ளுக்காக எனது வாழ்நாளையே பணயம் வைத்துவிட்டாளே...... சிறு-வயது முதலே உடன் இருந்தவள் தற்போது தன்னை இந்த நிலையில் தள்ளிவிட்டுவிட்டு சென்றாளே என்ற ஆதங்கம் கேயு..... இருந்தும் உணர்வுகளை வெளிக்காட்டாமல் ஒரு வெற்றுப்பார்வையை பதித்தாள் வள்ளி மீது.

உள்ளே நுழைந்த வள்ளியோ..... குனிந்த தலை நிமிராமல் தாயின் பின்னே வந்தாள். வள்ளியின் தாயோ வெண்மதியை பார்க்க, மதியத்தி-லிருந்து அறைக்குள்ளேயே அமர்ந்திருந்தாலும், வெளியே தன்னை பற்றி மற்றவர்கள் பேசும் பேச்சுக்களை கேட்டுக்கொண்டு அல்லவா உள்ளால், மதியவள்.

அதனால் பாட்டியின் கையை பிடித்துக்கொண்டு சமையலறைக்குள் நுழைய முயன்றவளின் கால்கள் அப்படியே நின்றது தோழியின் தாய் அழைத்ததில்...... இவரும் வாய்க்கு வந்தது, எதையாவது பேசப்போ-கிறார் என நினைத்து பயத்துடன் திரும்பியவள் எதிர்கொண்டது என்-னவோ தாயானவரின் பரிவான பார்வையையே......

அந்த பார்வைக்கான அர்த்தம் தான் ஏனோ விளங்கவே இல்லை பெண்ணவளுக்கு. வள்ளியின் தாயோ ராமசாமியை பார் பார்த்து "அண்ணா ஒரு பெரிய தப்பு நடந்திருச்ச இங்க நடந்த எல்லா பிரச்சனைக்கும் காரணம், என் வயித்துல பொறந்தவன்னு நினைக்கும் போதே ஏண்டா இவளை பெத்தோம்னு, என் வயிறு பத்தி எரியுது, எல்லாரும் மன்னிச்சுருங்க" என செல்வி தாய்வீட்டு உறவுகளிடம் இரு கை கூப்பி மன்னிப்பு வேண்டினார்.

ராமசாமியோ "என்னம்மா சொல்ற ஒன்னுமே புரியலையே, எதுவா இருந்தாலும் புரியுற மாதிரி தெளிவா சொல்லுங்க" என யோசனையுடன் தாயனவரின் முகத்தை பார்த்தார்.

"உங்க புள்ள இந்த நிலமைல, நிக்குறதுக்கு காரணமே இவ தான்" என தனக்கு பின்னாலிருந்த வள்ளியை இழுத்து முன்னிருத்தினார். கன்னம் இரண்டும் வீங்கியிருந்தது தாயின் கைவண்ணத்தால், அப்போதும் அவர்களுக்கு ஒன்றும் புரியவில்லை. மகளின் துரோகத்தை தாய் கண்ணீருடன் எடுத்துரைத்தவள் அனைவரின் முன்பும் கையெடுத்து கும்பிட்டார்.

தான் செய்வதே உத்தமம் என நினைத்து, தற்போது மகளின் வாழ்க்கையை கேள்விக்குறியாக, உன்னதை நினைத்தவர், கைகளை கூப்பி மன்னிப்பை வேண்டும் வள்ளியின் தாயையும் கவனியாது அப்படியே தூணில் சரிந்து சாய்ந்து அமர்ந்தார்.

பெற்றவர்கள் செய்த தவறு பிள்ளையை பாதிக்கும் என்ற கூற்று உண்மையோ, எண்ணவோ..... ஆனால் நிச்சயம் பிள்ளைகள் செய்யும் தவறு பெற்றவர்களை பயங்கரமாக பாதிக்கும்..... இதோ வள்ளி செய்த தவறுக்கு அவளது தாய் மூன்றாம் நபரின் காலில் விழ வேண்டிய கட்டாயத்தில் கொண்டு வந்து நிறுத்தியது.

பள்ளி முடிந்து வந்ததிலிருந்து மகளின் முகம் சரியில்லை. அடுத்து நாள் காலை தோழியின் நிச்சய செய்தி வர எப்போதும் தன்னை விட குறைவான மதிப்பென் எடுப்பவள், ஆனால் தற்போது அதிக மதிப்பென் எடுத்து விட்டாளே என்ற வஞ்சத்தில் இப்படி ஒரு கடிதத்தை எழுதி விட்டாள். அதை நிச்சயம் அவள் எடுத்து பார்ப்பாள் அதன் மூலம் அவளது கவனமும் சிதறும். அதை நாம் பயன்படுத்திக்கொள்ளலாம் என்ற எண்ணத்தில் இருந்தவளுக்கு வெண்மதியின் நிச்சய செய்தி இடியாக அமைந்தது, என்றே சொல்ல வேண்டும். முறைமுதன்முறை,

படபடப்புடன் அமர்ந்திருந்தாள் வள்ளி. மகளின் முகமாற்றத்தை கண்-
டவளோ அவளிடம் தோண்டி துருவ, மகளது குட்டு தாயிடம் வெளிப்-
பட்டது.

தாய் மனமோ பதைபதைக்க ஆரம்பித்தது. தன் மகள் செய்த செய-
லினால் இன்னொரு பெண்ணின் வாழ்வு இந்த அளவு பாதித்துள்ளது,
அல்லவா... முதன்முறை, ஏன் இவளை பெற்றோம் என்ற அளவிற்கு
யோசித்தவருக்கு தந்தையில்லாத பெண்ணை அதிக செல்லம் கொடுத்து
வளர்த்தது தவறோ என்றளவு சிந்தித்தார் . பிறகு மகளை பிழிந்தெடுத்து
விட்டார். இதில் ஆச்சரியம் என்னவென்றால் மதியை விட பல மடங்கு
அடிகளையும் உதைகளையும் வாங்கியது வள்ளிதான்.

இதற்கு மேலாவது வள்ளியின் பெற்றோர்களிடம், நடந்ததை கூற
வேண்டும் என அவசர அவசரமாக அவளை இழுத்து வந்தார். பிறகு
'வா' என்றாள் குற்றமுள்ள நெஞ்சத்துடன் எப்படி வெண்மதியையும்
குடும்பத்தினரையும் எதிர்க்கொள்வாள்.

தான் செய்தது தவறு என உணர்ந்து விட்டவர், மனதினுள்ளே குமு-
றிக்கொண்டு நிமிர்ந்து மகளை பார்க்க அவளோ அங்கில்லை. மனைவி
மகளின் அறைக்குள் நுழைவதை கண்டவர் அங்கே சென்று பார்க்க,
மகள் கட்டிலின்மீது அமர்ந்திருந்தாள். கணவன் செய்தது தவறென்று
கூறவா.....? மகளிடம் தாயாக என்ன பேசுவது என தெரியாமல்
இருதலைக்கொல்லியாக தெரியாமல் நின்றிருந்தாள், செல்வி. முதலில்
கணவனிடமிருந்து பேச்சை தொடங்கலாம் என நினைத்தவள் திரும்ப
அங்கே ராமசாமி நின்றிருந்தார்.

"என்னங்க அதுதான் நம்ம புள்ளமேல தப்பு, இல்லன்னு தெரிஞ்சி-
டுச்சி இல்ல, இந்த கல்யாணம் வேணாம்ங்க......" என கணவரிடம் பேச
அவரின் பார்வையோ மகளின் மீதே நிலைகுந்தியிருந்தது. அவளோ
அமைதியாக அமர்ந்திருந்தாள்.

"இப்போதான எனக்கு புரியுது... எல்லாம்

என் தப்புதான், நானும் புள்ளைக்கிட்ட என்ன ஏதுன்னு கேட்டு
இருக்கணும்...." என்றவரை பார்த்து ஆசுவாசப்படுத்துவதற்காக மூச்சை
இழுத்து அதை வெளிவிடவும் மறந்து, அப்படியே நின்று விட்டாள்
கணவன் அடுத்து கூறியதை கேட்டு.

"என்னதான் இருந்தாலும் நிச்சயம் எல்லாம் ஆகிடுச்சு, நாளைக்கு
கல்யாணத்துக்கான வேலையும் நடந்துட்டு இருக்கு.... இந்த சமயத்தில்

கல்யாணத்த நிறுத்தினா நம்ம புள்ளைக்கு என்ன குறைன்னு ஊர்ல இருக்கிறவங்க வாயில விழ வேண்டி இருக்கும்..... அந்த முத்துவும் நமக்கு ஒன்னுங்கவும் உடனே வந்து நம்ம மானத்தை காப்பாத்த நம்ம புள்ளைய கல்யாணம் பண்ணிக்க சம்மதிச்சாங்க..... இப்ப நம்ம எந்த மூஞ்சிய வெச்சுட்டு போய் அவங்க கிட்ட வேணாம்ன்னு சொல்றது...... இதுல அவங்க கௌரவமும் அடங்கியிருக்கு இல்லையா...." என கேள்வியோடு முடித்தார்

செல்வியோ" என்னங்க இருந்தாலும்...." என்று அடுத்து ஏதோ கூற வருவதற்குள் "வாயை மூடுடி, நான் சொல்றது உனக்கு புரியலயா...? இப்போ வெளியவும் பேர் கெட்டுப் போய் கெடக்கு. அப்புறம் இவளுக்கு கண்ணாலம் ஆகுறதும் கஷ்டம். பொட்டப்புள்ளைய வீட்டிலேயேவா வச்சிட்டு இருக்க முடியும்" என்றார் மனைவியை கடிந்தவாரே.

இதையெல்லாம் விட்டத்தை வெறித்தவாறு அமர்ந்திருந்து கேட்டுக்கொண்டிருந்த வெண்மதி, "அப்பா நான் பேசலாமா....?" என்றாள் கேள்வியாக. அவளோ மகளை பாராமல் மனைவியை பார்த்தவாறே "ம்ம்ம் சொல்லு" பேச்சில் ஒட்டுதல் இல்லாமல் வார்த்தைகள் வந்தது.

"இப்போ நான் சொல்றதுதான் அப்பா. என் மேல எந்த தப்பும் இல்லன்னு உங்களுக்கு தெரிஞ்சிடுச்சு, இனிமேல் இந்த விஷயத்தை பத்தி என்கிட்ட பேச வேணாம்...... எனக்கு அதில் விருப்பமும் இல்லை..." என்று மேலும் பேச வந்தவளை இடைநிறுத்தியவர் "இல்ல இத விட்டா எனக்கு வேற வழி இல்ல...... இந்த பிரச்சனை முழுசா தெரிஞ்சும் முத்துவும், அவன் குடும்பமும் நமக்கு உதவுனவங்க.புரிஞ்சுக்கோ" இம்முறை நேரடியாக மகளின் முகத்தை பார்த்து கேட்டார்.

வந்த சொந்தங்களும் இவர்களுக்கு தனிமை கொடுத்து யாரும் உள்ளே வரவில்லை. "அப்பா இன்னும் உங்களுக்கு எதுவும் புரியல....... என் கிட்டயாவது கேட்டு இருக்கலாம்...... அதுவும் கேட்கல இப்போ- வாவது நான் சொல்றத கேளுங்க....." என்றவள் மேலும் தொடர்ந்தாள்.

"நீங்க என்னன்னு நினைச்சு அம்மாவ, கல்யாணம் பண்ணுனிங்களோ, அதே நோக்கத்தோட தான் அவிங்களும் வந்தாங்களே தவிர நீங்க சொல்ற மாதிரி எல்லாம் எதுவும் இல்ல" என்றாள் தந்தையை குற்றம் சுமத்தும் பார்வையுடன். அதைக்கேட்ட ராமசாமிக்கோ மகளின் வார்த்தை சுர்ரென்று சுட்டது மனதை.

ஆம் செல்வியை திருமணம் செய்ததே அவளிடம் உள்ள பணத்தை பார்த்துதானே.... இதனைவிட அவளின் தந்தையிடம் மரியாதைக்குக்கூட ஒருவார்த்தை இவர் பேசியதில்லையே, இன்று மதியம் நடந்ததையும் மனதினுள் ஓட்டிப்பார்த்தார். ஆம் அவரின் மருமகனும் முகம் கொடுத்-துக்கூட பேசவில்லை அல்லவா. நாளை இவனும், தனது மனைவியின் குடும்பத்தை தான் ஆட்டிப்படைத்ததை போல, தன்னையும் செய்வான் தானே.

அவரின் மனமோ மேலும் மேலும் அவரை சுயபரிசோதனை செய்ய, செய்யுத தவறுகளின் எண்ணிக்கை அவர் மனதினுள்ள கூட்டிக்-கொண்டே சென்றது. இது எல்லாம் கூட பரவாயில்லை, மனைவியை ஒரு மணி நேரத்திற்கு ஒரு முறையாவது மனதை குத்தி கிழித்து காயப்-படுத்தாமல் இருக்கமாட்டார் அல்லவா. இதையெல்லாம் யோசித்தவ-ருக்கு ஏனோ தன்னை தானே ஒரு அரக்கனை போல கற்பனை செய்து பார்த்தார்.

மகளிடம் எதுவும் பேசாமல் மனைவியை மன்னிப்பு கோரும் பார்வை பார்த்தவர், துண்டை தோளில் போட்டுக்கொண்டு வெளிய வந்தார். அதே சமயம் வெளியே அமர்ந்திருந்த மாமனாரிடம் இன்முகத்துடன் வந்தவர், "தோ முத்து வீட்டு வரைக்கும் போய்ட்டு வந்திடுறன் மாமா" என்றவர் மற்ற உறவுகளிடமும் புன் முறுவலுடன் விடை பெற்றார்.

முதன்முறை உறவுமுறை சொல்லி அழைக்கு மருமகனை நெகிழ்ச்-சியுடன் பார்த்தவர், திரும்ப அங்கோ பேத்தி இரு கையிலும் பையுடன் நின்றிருந்தாள். வள்ளியோ அங்கேயேதான் நின்றிருந்தாள். அவள் தாயோ மகளிடமும் கூறாமல் அவ்விடத்தை விட்டு சென்றிருந்தாள்.

"எதுக்குடா பையெல்லாம் எடுத்துட்டு வந்திருக்க ....."

" இனி எனக்கு இந்த வீட்ல இருக்க விருப்பமில்ல தாத்தா, என்ன உங்க வீட்ல தங்க ஏத்துக்குவிங்களா...? "

என்ற பேத்தியை அணைத்து உச்சி முகர்ந்தார். இருந்தும் பெற்றவர் இல்லாத சமயத்தில் மகளை அழைத்து செல்வது நாகரிகமாக இருக்காது அல்லவா... அதனால் பேத்தியை அருகிலே அமரவைத்தார்.

வந்தபோது வள்ளியை பார்த்ததோடு சரி, அதன்பிறகு இவள் வள்-ளியின் பக்கம் திரும்பவும் இல்லை. ஏனோ அவளை பார்ப்பதற்கு மனதும் ஒப்பவில்லை வெண்மதிக்கு. சற்று நேரத்தில் தந்தையும் வந்து-விட, முதலில் தயங்கியவர், மகளின் முகத்தில் தெரிந்த உறுதியை கண்-

டதும் என்ன நினைத்தாரே சரியென்று ஒப்புக்கொண்டார். அவளுக்கும் (தனக்கும்) ஒரு மாற்றம் வேண்டும் என்ற எண்ணத்தில்.

கிளம்பும் போது வள்ளியை ஒரு பார்வை பார்த்தாள். வெண்மதியின் கையால், நான்கு அறை வாங்கியிருந்தால்கூட மனம் வலித்திருக்காது, வள்ளிக்கு. "ச்சை உன் நட்பு அவ்வளவுதானா ?....கேவலம் மதிப்பெண்-ணிற்க்காக..." சொல்லாமல் சொன்னது அந்த பார்வை.

செல்கிறாள், இரண்டு தினம் முன்பு வரை ஓடியாடி திரிந்த வீட்டை விட்டு ...

செல்கிறாள், தாய் தந்தையை விட்டு...

செல்கிறாள், நட்பை (????) விட்டு பிரிந்து......

செல்கிறாள், கானல் நீராய் மாற முயற்சித்த அவளது கனவை தேடி......

5

நெல்மணிகளின் மீதிருக்கும் பனித்துளிகளை வைத்தகண் வாங்காமல் சிறிது நேரம் தன்னை மறந்து ரசித்தவர், காட்டிற்கு நீர் பாய்ச்சிவிட்டு எட்டு மணி அளவில் வீட்டிற்கு நடந்து வந்தார், ராமசாமி......

ஏனோ வருடங்கள் போவது மட்டும் நமக்கு தெரிவதே இல்லை என மனதினுள்ளே முனுமுனுத்தவர், இருக்கையில் அமர்ந்தார்.

"அடியே மணி எட்டாவது இன்னுமா காப்பி தண்ணி வரல்" என்-றவர், வரைமுறையற்று இருமத்தொடங்கினார். வயதான காரணத்தினால் சத்தம் போட்டும் அவரால் பேச இயலவில்லை.

உள்ளேயிருந்து "ஏன் வந்து உள்ள உட்காரது...... இந்த படிய எப்டி நான் முழங்கால் வலியோட இறங்கிட்டு, ஏறி வரது" என அவரை விட சத்தமாக உள்ளே இருந்து குரல் வந்தது. "இவ இப்போதைக்கு வெளி-யிட வர மாட்டா...." என நினைத்தவர், மெதுவாக இருக்கையை விட்டு எழுந்து பொறுமையாக, கைப்பிடி சுவற்றை பிடித்தவாறு இரு படிகளை-யும், ஏறியவர்.... மூன்றாம் படியை கதவின் உதவியுடன் வெற்றிகரமாக தாண்டியவர் சென்று உணவு மேசையின் இருக்கையில் அமர்ந்தார்.

முழுதாக பத்து நிமிட காத்திருப்பின் பலனாக, கிடைத்தது.அவரின் காலை நேர காப்பிதண்ணி.

"எங்க அவ எந்திரிச்சாட்டாளா... ?"

" ம்ஹீம் ஏற்கனவே பஸ்க்கு லேட் ஆச்சு, நீங்க தான் கூட்டிட்டு-போய் ஸ்கூல்க்கு விடனும்" என கோபத்துடன் முடித்தவர், சலிப்புடன் "சரி.... நான் போய் அவளை எழுப்புறன்" என்றவர், மேல்மாடி நோக்கி சென்றார்.

இவர்கள் இருவரின் உரையாடலுக்கு மையமானவளோ இன்னும் நன்றாக போர்வையை இழுத்துப்போட்டு உறங்கிக்கொண்டிருந்தாள்.

அவள் உறங்கும் அழகை சிறிது. நேரம் நின்று ரசித்த செல்வி "அடியே எழுந்திடு, ஸ்கூல் பஸ்ஸ இனி புடிக்க முடியாதுன்னு தெரிஞ்சு போச்சு உன்

ராமுவதான் கூட்டிட்டுபோய் விட சொல்லனும்....." என அடுத்து ஏதோ கூற வருவதற்குள்,

தளிர் விரல்களால் போர்வையை விலக்கியவள் "ஹேய் இன்னைக்-கும் ராமு தாத்தாக் கூட ஸ்கூலுக்கு போகப்போறன்..." என கட்டிலை விட்டு குதித்திறங்கினாள் அகல்யா, ஆம்.. இவள்தான் வெண்மதியின் மகள். பாட்டியின் வீட்டுக்கு வந்த வெண்மதி பிறகு படிப்பதை மட்டுமே, கருத்தை கொண்டாள், அதிலும் கனவை அடைவதற்கு வெறியாக உழைத்தவள், பின் நூலக பணியாளர் தேர்வெழுதி முதல்முறை தோல்-வியை தழுவினாலும், முயற்சியை மூலதனமாக கொண்டதால் இரண்-டாம் முறை வெற்றி பெற்றாள்....... நூலகவியல் மூன்றாண்டு படித்த-வள், பின் இந்த பரிட்சையையும் அடுத்த, ஒன்றரை வருடத்தில் எழுதி வெற்றி பெற்றுவிட பிறகு என்ன அவள் காட்டில் மழைதான்.

இருந்தும் தந்தையிடம் ஏனோ அவள் சரிவர பேசுவதும் இல்லை... அடிக்கடி தாயிடம் மட்டுமே பேசுபவள், அதுவும் தாயை பார்க்க சொற்ப தினங்கள் மட்டும் அவ்வூருக்கு சென்றிருந்தாள். ஏனோ அந்த சம்பவத்-திற்கு பிறகு அங்கு செல்வதை அறவே வெறுத்திருந்தாள்.

வேலை, வீடு என இருந்தவளின் வாழ்வில் நுழைந்தவன் தான் அகில், அவளுக்கும் இவனை பிடித்து விட

அழகான காதலும் மலர்ந்தது. தாத்தா பாட்டியிடம் விஷயத்தை சொல்ல அவர்களோ பெற்றவர்களை கைகாட்டிவிட்டு அமைதியாயி-னர்....

அவளோ, முகிலை கூட்டிச்சென்று தாயிடம் நிற்க, அவரோ தந்-தையை பார்த்தார். தந்தையோ துண்டை தோளில் உதறிப்போட்டுக்-கொண்டு வயலை பார்க்க சென்றார்.

தாயானவரோ செல்லும் கணவரை பார்த்தவர் பின் எதுவும் கூற முடியாமல் உள்ளே சென்றுவிட்டார். இவளோ தாய் வீட்டு சொந்தங்-களை அழைத்து முகிலை மணந்துக்கொண்டாள். பிறகு அகல்யா பிறந்-துவிட, தாய் மட்டுமே வந்தார். மகவையும் சேயையும் பார்க்க.

ஏனோ வீம்போடு ராமசாமி வீட்டை விட்டு வந்த வெண்மதி அதன் பிறகு எதற்கும் அங்கு செல்லலில்லை. தாத்தா பாட்டியே, பேத்திக்கு

மறு தாய் தந்தையாக, மாறிவிட பிறகு பாட்டி வீடே தாய் வீடாகவும் மாறியது. முகிலுக்கு பெற்றவர்கள் இல்லாததால், பாதி நாட்கள், காதல் மனைவியுடன் இணைந்து, வாங்கிய வீட்டிலிருப்பவன். பிறகு மனைவி-யையும், மகளையும் காண பறந்து வந்துவிடுவான் வார இறுதி நாட்க-ளில்.

இப்படித்தான் நாட்கள் சென்று கொண்டிருக்க, வேலைக்கு வெண்மதி செல்ல ஆரம்பிக்கவும், குழந்தையை அத்தைகளின் கவனிப்பில் விட்டு சென்றிருந்தாள். அதே சமயம் பார்த்து

செல்வி குழந்தையை பார்க்க வர, உடன்

ராமசாமியும் வந்திருந்தார்.

ஏனோ மனைவி தினம் பாடும் பேத்தி புராணம் கேட்ட பிறகு அவருள் பேத்தியை பார்க்கும் ஆவல் எழாமல் இருந்தால் தான் அதிசி-யம். பல் முளைக்காத அந்த பொக்கை வாய் சிரிப்பும், ரோஜா நிறத்தை ஒத்த கன்னங்களும், சீதாப்பழத்தை போல் வெள்ளையில் சிறிதளவு கருப்பையும் உடைய கண்களை உருட்டி உருட்டி பார்க்கும் பேத்தியை பார்த்தவருக்கு ஏனோ அதற்கு மேல் அவள் மேல் வெறுப்பை உமிழ மனம் வரவில்லை.

பிறகு பேத்தியை கொஞ்சுவது மட்டுமில்லாமல் வீட்டிற்கு எடுத்து செல்லவும் ஆரம்பித்தார். தற்போது ஒன்றாம் வருப்பு படிக்கிறாள். ஏனோ தாத்தாவை விட்டு பிரியவும் அவளுக்கு மனம் வரவில்லை. தாத்தாவின் பாசமலையில் மறுபடியும் நளைய முடியாதோ என்ற எண்ணம் வேறு ...

பிறகுதான் அவளை தாத்தா, பாட்டியுடனே விட்டுவிட்டாள் வெண்-மதி. இருந்தும் வாரம் நான்கு முறையாவது மகளை பார்க்க பெற்றவர் வந்து விடுவர்.

மகளுக்கும் தகப்பனுக்குமான பந்தம் சற்று முன்னபின்ன இருந்தா-லும், தாத்தாவுக்கும், பேத்திக்குமான பந்தம் சிறப்பாகவே அமைந்திருந்-தது.

பள்ளிப் பேருந்தில் செல்வதை விட சிறுமியவளுக்கு, தாத்தாவுடன் செல்வதிலே அதிக விருப்பம். அதே சமயம் வெண்மதியும் அவள் கணவன் முகிலும் வேலை சம்பந்தமாக வெளியூருக்கு சென்றுவிட்டு, இன்றுதான் இருவரும் மகளை பார்க்க நேராக இங்கு வருகின்றனர். இவர்களை பார்த்தவுடன், மகள் ஓடிவர, வாரி அணைத்துக்கொண்டான் முகிலன். அப்போதுதான் சிறுமியவளுக்கு உணவூட்டிக் கொண்டிருந்தாள்

செல்வி.

மகளுக்கும் ஒரு வாய் ஊட்டியவர், கண்டது எண்ணவோ முகிலனின் ஏக்கமான பார்வையைத்தான். என்ன நினைத்தாளோ மருமகனுக்கும் ஒருவாய் ஊட்டிவிட செல்ல, முகிலனோ அவரின் கைப்பிடித்து இவனே ஊட்டிக்கொண்டான். ஏனோ முகிலுக்கு அது மிகவும் நெகிழ்வான தருணமாக இருந்தது.

ஏற்கனகவ இவள் பன்னிரண்டாவது படிக்கும்போது நடந்த விடயங்கள் அனைத்தையும் ஒன்று விடாமல் கணவனிடம் ஒப்பித்துவிட்டாள் வெண்மதி. அதில் செல்வியின் நிலைதான் மிக மோசம் என்பதை உணர்ந்தவனுக்கு, அவரின் மீது தனி மதிப்பு ஏற்பட்டது. ராமசாமியும் முன்பை போல் எல்லாம் செல்வியை அதட்டுவது கிடையாது. மனைவியின் நிலையை மகள் கேட்ட ஒற்றை வார்த்தையில் உணர்ந்துவிட்டார்.

அதே போல் மாமனார்,

மருமகனிடமும், பெரிதாக எல்லாம் விரிசல் கிடையாது, அதே சமயம் ஒட்டுதல் என்றும் கிடையாது. சிறுமியவள் பள்ளிக்கு தயாராகிவிட, தகப்பன் அழைத்து செல்வதற்கு இருக்கையை விட்டு எழ அதற்கு முன்பே தாத்தா எழுந்திருந்தார்.

"பாய் மம்மி.... பாய் பாட்டி.... பாய் டாதி..." என அனைவருக்கும் பறக்கும் முத்தம் ஒன்றை கொடுத்தவள், தாயின் கன்னத்தில் இதழ் பதித்தாள்.

மகளை அணைத்து உச்சி முகர்ந்தவள்,

"அம்மு, அம்மா ஒன்னு சொல்றன் கேப்பியா....?"

"ம்ம்ம் சொல்லு மம்மி....."

" அம்மா தினமும் சொல்றதுதான் டா அம்மு...... யாருக்கூட பழகுனாலும் பாத்துப்பழகனும்....."

"ம்ப்ச் டெய்லியும் இதே அட்வைஸ் தானா" என சலித்தவள்,

படியும் தாயின் முகத்தை கண்டவுடன் என்ன நினைத்தாளோ

"ஓகே மம்மி ஐ டு இட்" என்றவள், தாத்தாவின் கைப்பிடித்து படியிரங்கி கீழே வந்தாள்.

"இப்போவே அவகிட்ட இதெல்லாம், சொல்லனுமா மதி" என பல முறை கேட்டகேள்வியை முதல்முறை கேட்கும் தோணியில் கேட்டான் முகில்.

"மப்ச் எனக்கு தெரியும் முகி, இந்த வயசுல இதெல்லாம் சொல்லக்-கூடாதுதான், பட் இன்னொரு வெண்மதி உருவாக நான் ஆசப்படல்"

"அப்டியே வெண்மதி உருவானாலும், இங்க இனி இன்னொரு ராம-சாமியும், செல்வியும் உருவாகப்போறது இல்ல, டிட் பூ காட் இட்...." என கேட்க, புரிந்ததாய் தலையாட்டினாள், பெண்ணவள். அதே சமயம் கணவனை பெருமிதம் பொங்க பார்த்தாள்.

மகளுக்கும், மருமகனுக்கும் இடையே நடந்த உரையாடலை பெற்ற-வர் இருவரும் கேட்டுக்கொண்டுதான் இருந்தனர். தன் கருத்துக்கு மரு-மகன் ஒத்துப் போகவில்லை எனினும் மனதினுள்ளே முகிலை மெச்சிக்-கொண்டே பேத்தியை வண்டியில் அழைத்துசென்றார்.

அதே சமயம் ஒரு வீட்டில் சண்டை போடும் சத்தம் கேட்க, "தாத்தா ஏன் இவங்க ரெண்டு பேரும் எப்பவும் சண்டை போட்டுட்டே இருக்-காங்க?"

"கன்னு அது சும்மாடா செல்லம்... வேற வேல என்னா கெடக்குது இவங்களுக்கு" என எதை எதையோ கூறி சமாளித்தவர், திரும்பி வள்-ளியையும், அவள் கணவன் ராசுவையும் ஒரு பார்வை பார்த்தவர் பிறகு பேத்தியுடன் பேசுவதில் கவனமானார்.

என்னது வள்ளியின் கணவன், ராசுவா...? ஆம், வெண்மதி வீட்டை விட்டு சென்ற அடுத்த நாளே, வள்ளியின் தாய், இவர்கள் இருவருக்கும் திருமணம் செய்துவைத்துவிட்டார்.

ராசுவும், கிடைத்ததே போதுமென வள்ளியை மணந்துக்கொண்டான். இரு பேராசை பிடித்த ஜீவன்கள் ஒரே இடத்தில்

நிலைக்குமா...? விளைவு தினமும் சண்டை..

தொடக்கத்தில் சூழ்ச்சி, சண்டை,

துரோகம் என பலவற்றையும் கண்டு, மன தைரியத்துடன் அவற்றை வென்று வந்த வெண்மதியோ..... தன்னவனின் மார்பினில் முகம் புதைத்து ஆழ்ந்த நித்திரையில் இருந்தாள், பயண களைப்பால். இவளின்

தைரியமும், தெளிவும், எப்பொதும் இவள் உடன் இருக்கும் என நாமும் நம்புவோம்.